VELKOMIN Í VÆRLEGA RANNAÐ
OG PAKKAÐ

ÁFRAM **RIT**

&

ÚTGÁFANÁMSKE IÐ

AF

FÉLAG NÝR VÍDDAR KRISTIRNAR rithöfunda –

DEILD NÝTT VIÐ CHAPLAINS INITIATIVE INC

Höfuðstöðvar:
LAGOS, Nígería.

VELKOMIN Í VINNA RANNAÐ OG PAKKAÐ	1

ÁHÖG RITIÐ	1

&	1

ÚTGÁFANÁMSKEIÐ	1

AF	1

FÉLAG NÝ VÍDDAR KRISTIRNAR rithöfunda –	2

DEILD NÝJU VIÐ CHAPLAINS INITIATIVE INC	2

GRUNDIN	15

BÓKAÞRÓUN	70

HEIMSBYGGING	143

SJÁLFSKRIFT	146

ÚTGÁFA	158

MARKAÐSSETNING OG KYNNING	180

ANNAR HLUTI	269

Námskeið 1: Grunnatriði ritlistar

Á þessu námskeiði verður farið yfir grundvallaratriði ritunar, svo sem málfræði, greinarmerkjasetning u og stíl. Nemendur læra hvernig á að skrifa skýrar, hnitmiðaðar og grípandi setningar og málsgreinar. Þeir munu einnig læra hvernig á að skipuleggja skrif sín á rökréttan hátt.

Námskeið 2: Persónuþróun

Á þessu námskeiði verður lögð áhersla á að skapa trúverðugar og eftirminnilegar persónur. Nemendur munu læra hvernig á að þróa baksögur, hvata og persónuleika persóna sinna. Þeir munu einnig læra hvernig á að skrifa samræður sem eru eðlilegar og trúverðugar.

Námskeið 3: Söguþráður og uppbygging

Þetta námskeið mun kenna nemendum hvernig á að búa til sannfærandi söguþráð og byggja upp sögu sína á þann hátt sem heldur lesendum við efnið. Nemendur læra hvernig á að skapa átök, spennu og lausn. Þeir munu einnig læra hvernig á að nota fyrirboða og önnur bókmenntatæki til að skapa tilfinningu fyrir leyndardómi og forvitni.

Námskeið 4: Heimsbygging

Þetta námskeið mun kenna nemendum hvernig á að búa til trúverðugan og yfirvegaðan heim fyrir sögur sínar. Nemendur munu læra hvernig á að búa til kort, menningu og trúarbrögð fyrir heima sína. Þeir munu einnig læra hvernig á að nota tungumál til að skapa

tilfinningu fyrir stað
og andrúmslofti.

Námskeið 5: Sjálfsvinnsla

Þetta námskeið mun
kenna nemendum
hvernig á að breyta
eigin skrifum fyrir
skýrleika, málfræði
og stíl. Nemendur
læra að greina og
leiðrétta villur í

skrifum sínum. Þeir munu einnig læra hvernig á að bæta skrif sín með því að nota sterkari sagnir, líflegra myndmál og hnitmiðaðra tungumál.

Námskeið 6: Markaðssetning og kynning

Þetta námskeið mun kenna nemendum hvernig á að markaðssetja og kynna bækur sínar. Nemendur munu læra hvernig á að búa til vefsíðu, byggja upp áhorfendur og selja bækur sínar. Þeir munu einnig læra hvernig á að nota samfélagsmiðla til að kynna bækur sínar.

Þetta eru aðeins
nokkur dæmi um
auðvitað útlínur fyrir
verðandi höfunda.
Sérstök námskeið
sem þú býður upp á
fer eftir eigin
áhugamálum og
sérfræðiþekkingu.
Hins vegar munu
þessi námskeið gefa
þér góðan grunn í
undirstöðuatriðum

ritunar og
markaðssetningar.

Auk þessara
námskeiða er gert ráð
fyrir að nemendur
taki þátt í röð
vinnustofnana eða
leiðbeinendaprógram
ma fyrir
metsöluhöfunda.
Þetta er frábær leið til
að veita upprennandi
rithöfundum

leiðbeiningar og stuðning.

Ég vona að þetta hjálpi!

NÁMSKEIÐ 1

GRUNDVALLARA TRIÐIN

1.1. HVAÐ ER BÓK?

1.2. TEGUNDAR BÓKA

1.2.1. FRAMKVÆM DASTJÓRN

KENNSLABÆKUR

Ævisögur

MANNAFRÆÐIR O.FL.

LÁTTIÐ

BÆKUR

- VINNUBÆKUR
- HANDBÓKAR
- TÍMABÍR

- **DAGBÆKUR OG LOGBÆKUR.**
- **AÐLÖGUN**
- **STUTTAÐ RÖÐ O.fl**

ÆVISA S

Það eru margir kostir við að gefa út ævisögur. Hér eru nokkrar þeirra:

Skráning sögu:
Ævisögur geta
skráð líf
mikilvægra fólks
og atburða,
varðveitt sögur
þeirra fyrir
komandi
kynslóðir. Þetta
getur verið
sérstaklega

dýrmætt fyrir fólk
sem hefur lagt
mikið af mörkum
til samfélagsins
eða hefur lifað í
gegnum
mikilvæga
sögulega atburði.
Að veita öðrum
innblástur:
Ævisögur geta
veitt öðrum

innblástur með
því að sýna þeim
hvernig venjulegt
fólk getur náð
ótrúlegum
hlutum. Þeir geta
einnig veitt innsýn
í áskoranir og
sigra lífsins, sem
getur verið
gagnlegt fyrir fólk
sem stendur

frammi fyrir eigin áskorunum.

Fræða lesendur: Ævisögur geta frætt lesendur um mismunandi menningu, tímabil og lífshætti. Þeir geta einnig veitt innsýn í mannlegt ástand, sem getur hjálpað lesendum að skilja sjálfan sig og aðra betur. Skemmtilegur lesandi: Ævisögur geta verið skemmtilegar og fræðandi. Þeir geta sagt sögur sem eru bæði heillandi og fræðandi. Þetta gerir þá að frábærri leið til að fræðast um heiminn á sama tíma og þeir njóta góðrar lestrar. Að stuðla að félagslegum breytingum: Ævisögur geta stuðlað að félagslegum breytingum með því að draga fram sögur fólks sem hefur barist fyrir réttlæti og jafnrétti. Þeir geta einnig vakið athygli á mikilvægum málum og hvatt aðra til aðgerða.

Á heildina litið bjóða ævisögur upp á marga kosti. Þeir geta skjalfest sögu, veitt öðrum innblástur, frætt lesendur, skemmt lesendum og stuðlað að félagslegum breytingum. Ef þú hefur áhuga á að skrifa ævisögu hvet ég þig til að gera það. Það getur verið gefandi reynsla sem gagnast bæði þér og lesendum þínum.

1.2. HVAÐ ER BÓKARRIFT?

1.3. HVER ERU MIKILVÆGUSTU HLUTARNAR BÓKAR?

Mikilvægustu hlutar bókar eru þeir sem halda lesandanum við efnið og áhuga. Þetta getur verið mismunandi eftir tegund bókarinnar, en nokkur algeng atriði sem eru mikilvæg í flestum bókum eru:

Söguþráðurinn: Söguþráðurinn er burðarás í hvaða bók sem er. Það er sagan sem bókin segir og það er það sem heldur lesandanum við að fletta blaðsíðunum. Söguþráðurinn ætti að vera vel hraðinn, með nægum útúrsnúningum til að halda lesandanum við. Persónurnar: Persónurnar eru fólkið sem býr í heimi bókarinnar. Það eru þeir sem lesandinn mun tengjast og því er mikilvægt að gera þau vel þróuð og tengd.

Persónurnar ættu
að hafa skýr
markmið og hvata,
og þær ættu að
takast á við
áskoranir sem
lesandinn getur
rótað fyrir þeim til
að sigrast á.
Sögusviðið:
Sögusviðið er
heimurinn sem

bókin gerist í. Það getur verið raunverulegur staður eða skáldaður, en honum ætti að vera vel lýst svo að lesandinn geti séð hann fyrir sér. Umgjörðin ætti líka að vera viðeigandi fyrir söguþráðinn og persónurnar og það ætti að hjálpa til við að skapa andrúmsloft. Ritstíllinn: Ritstíllinn er hvernig bókin er skrifuð. Það er rödd höfundarins og það er það sem mun gera bókina einstaka. Ritstíllinn ætti að vera skýr, hnitmiðaður og grípandi. Það ætti líka að vera viðeigandi fyrir tegund bókarinnar.

Þemu: Þemu eru undirliggjandi skilaboð

bókarinnar. Þeir eru það sem bókin er að reyna að segja um heiminn. Þemu ættu að vera skýr og vel þróuð og eiga að eiga við söguþráðinn og persónurnar.

Þetta eru bara nokkrir af

mikilvægustu hlutum bókarinnar. Það eru mismunandi þættir sem eru mikilvægastir eftir tegund bókarinnar, en þetta eru nokkrir þættir sem eru nauðsynlegir fyrir allar góðar bækur.

1.4. HVER EINKENNI GÓÐRA SAMSKIPTI?

Góð samskipti eru nauðsynleg til að ná árangri á öllum sviðum lífsins. Það gerir okkur kleift að tengjast öðrum, deila hugmyndum okkar og byggja

upp tengsl. Það
eru mörg einkenni
góðra samskipta,
en meðal þeirra
mikilvægustu eru:

Skýrleiki: Góð
samskipti eru skýr
og auðskiljanleg.
Sendandi ætti að
geta tjáð
hugmyndir sínar á

þann hátt að viðtakandinn eigi auðvelt með að skilja.

Samhengi: Góð samskipti eru samfelld og rökrétt. Hugmyndir sendanda ættu að flæða vel og vera skynsamlegar.

Hnitmiðun: Góð samskipti eru hnitmiðuð og markviss. Sendandi ætti að forðast óþarfa orð eða smáatriði.

Mikilvægi: Góð samskipti skipta máli fyrir viðfangsefnið. Sendandi ætti að forðast að fara út á snertifleti eða kynna óviðkomandi upplýsingar.

Nákvæmni: Góð samskipti eru nákvæm og sönn. Sendandi ætti að forðast að gefa rangar eða villandi staðhæfingar.

Samkennd: Góð samskipti eru samkennd og taka tillit til tilfinninga viðtakandans. Sendandi ætti að vera meðvitaður um hvernig orð hans gætu verið skynjað af viðtakanda og stilla samskipti þeirra í samræmi við það.

Virðing: Góð samskipti eru virðingarverð og taka tillit til sjónarhorns viðtakandans. Sendandi ætti að forðast að vera niðurlægjandi eða niðurlægjandi.

Hreinskilni: Góð samskipti eru opin og heiðarleg. Sendandi ætti að vera tilbúinn að deila hugsunum sínum og tilfinningum með viðtakandanum, jafnvel þótt erfitt sé að tala um þær.

Auk þessara eiginleika einkennast góð samskipti einnig af virkri hlustun, meðvitund um líkamstjáningu og að vera meðvitaður um samhengi samskiptanna. Með því að fylgja þessum meginreglum geturðu bætt samskiptahæfileika þína og byggt upp sterkari tengsl við aðra.

1.5. HVERNIG Á AÐ VERJA HÖFUNDARRETT HÖFUNDARS?

Höfundarréttur er lagalegur réttur sem verndar frumleg höfundarverk, þar á meðal bókmenntaverk, dramatísk, tónlistar- og listræn verk, svo sem ljóð, skáldsögur, kvikmyndir, lög, tölvuhugbúnað og arkitektúr. Höfundarréttur verndar tjáningu hugmyndar, ekki hugmyndina sjálfa.

Í Bandaríkjunum er höfundarréttarvernd sjálfvirk. Þegar þú hefur búið til höfundarverk, átt þú höfundarrétt á því. Það er engin þörf á að skrá höfundarrétt þinn hjá bandarísku höfundaréttarskrifsto funni, en það getur veitt frekari ávinning.

Hér eru nokkrar leiðir sem rithöfundur getur verndað höfundarrétt sinn:

Merktu verk þitt með höfundarréttartákninu (©). Þess er ekki krafist, en það er góð leið til að láta aðra vita að verkið þitt er höfundarréttarvarið.

Láttu höfundarréttartilkyn ningu fylgja með. Þetta ætti að innihalda höfundarréttartáknið, ártal fyrstu útgáfu og nafn þitt.

Geymdu afrit af verkum þínum. Þetta mun hjálpa þér að sanna að þú sért upphaflegur höfundur verksins.

Skráðu höfundarrétt þinn hjá US Copyright Office. Þessu er ekki krafist, en það getur veitt nokkur viðbótarávinning, svo sem möguleikann á að lögsækja fyrir brot á höfundarrétti.

Ef þú telur að brotið hafi verið á höfundarrétti þínum geturðu höfðað mál fyrir brot á höfundarrétti. Þú getur líka sent brotaþola stöðvunarbréf þar sem þú krefst þess að hann hætti að nota verkin þín.

Hér eru nokkur viðbótarráð til að vernda höfundarrétt þinn:

Haltu vinnu þinni öruggum. Geymdu verk þitt á öruggum stað og tryggðu að einungis viðurkenndir aðilar hafi aðgang að því.

Farðu varlega í að deila verkum þínum. Áður en þú deilir verkum þínum með einhverjum skaltu ganga úr skugga um að þú skiljir skilmála samnýtingarsamning sins.

Notaðu vatnsmerki
og aðrar aðferðir til
að vernda vinnu þína
á netinu. Þetta getur
gert fólki erfiðara
fyrir að afrita verk þín
án þíns leyfis.

Með því að fylgja
þessum ráðum
geturðu hjálpað til við
að vernda
höfundarrétt þinn og
tryggja að verk þitt sé
verndað.

1.6. HVER EINKENNI RIÐSTJÓLDAR

Ritstuldur er sá athöfn að nota verk eða hugmyndir einhvers annars án þess að gefa þeim kredit. Það er alvarlegt fræðilegt brot sem getur haft alvarlegar afleiðingar.

Afleiðingar ritstulds geta verið mismunandi eftir alvarleika brotsins og stofnuninni þar sem það á sér stað. Hins vegar eru nokkrar algengar afleiðingar:

Takist ekki verkefnið eða námskeiðið.

Að fá falleinkunn í verkefninu eða áfanganum.

Að vera settur á akademískt skilorð.

Að vera rekinn úr skólanum.

Að missa vinnu eða
námsstyrk.

Verið kært fyrir
höfundarréttarbrot.

Auk fræðilegra
afleiðinga getur
ritstuldur einnig haft
faglegar og
persónulegar
afleiðingar. Til dæmis

getur ritstuldur verið
settur á svartan lista
af útgefendum eða
vinnuveitendum. Þeir
gætu líka glatað
trausti
samstarfsmanna
sinna og vina.

Það er ýmislegt sem
rithöfundar geta gert

til að forðast ritstuld.
Þar á meðal eru:

Vísa rétt í heimildir
þeirra.

Nota gæsalappir
þegar vitnað er í orð
einhvers annars.

Að umorða
hugmyndir einhvers

annars með þeirra eigin orðum.

Forðastu að nota verk einhvers annars án þess að gefa þeim kredit.

Ef þú ert ekki viss um hvort eitthvað sé ritstuldur eða ekki, þá er alltaf best að fara varlega og vitna í heimildir þínar. Með því að fylgja þessum ráðum geturðu hjálpað til við að forðast ritstuld og vernda fræðilegt og faglegt orðspor þitt.

Hér eru nokkur viðbótarráð til að forðast ritstuld:

Vertu varkár með að nota heimildir á netinu. Ekki eru allar heimildir á netinu áreiðanlegar og sumar gætu innihaldið ritstuldað efni.

Notaðu ritstuldspróf. Það er fjöldi ritstuldsprófana á netinu sem geta hjálpað þér að bera kennsl á ritstuld í starfi þínu.

Fáðu aðstoð frá bókasafnsfræðingi eða ritkennara. Bókaverðir og ritkennarar geta hjálpað þér að skilja ritstuld og forðast hann í starfi þínu.

Með því að fylgja þessum ráðum geturðu hjálpað til við að tryggja að verk þitt sé frumlegt og að þú forðast ritstuld.

NÁMSKEIÐ 2

BÓKAÞRÓUN

KOSTIR AÐ SKRÁ SJÁLFUR

KOSTIR AÐ NOTA FRJÁLSSTÆÐI

KOSTIR AÐ NOTA GERVIGJÖF

Hraði: gervigreind getur skrifað bók miklu hraðar en mannlegur rithöfundur. Þetta getur verið mikill kostur ef þú ert með stuttan frest eða ef þú þarft að framleiða mikið magn af efni.

Nákvæmni: gervigreind getur

verið mjög nákvæm í skrifum sínum. Þetta er vegna þess að það er þjálfað á stórum gagnasettum af texta og kóða, sem gerir því kleift að læra mynstur mannlegs tungumáls.

Frumleiki: gervigreind getur búið til frumlegt efni sem er ekki ritstýrt.

Þetta er vegna þess að það er ekki takmarkað af sömu þvingunum og mannlegir rithöfundar.

Sköpunargáfa: gervigreind getur verið skapandi í skrifum sínum. Þetta er vegna þess að það getur framkallað

nýjar hugmyndir og
hugtök sem
mannlegir
rithöfundar hafa
kannski ekki hugleitt.

Ókostir:

Skortur á mannlegri
snertingu:
gervigreind-

myndaður texti getur stundum vantað mannlega snertingu sem gerir skrif aðlaðandi og áhugaverð. Þetta er vegna þess að gervigreind er ekki fær um að skilja blæbrigði mannlegs tungumáls og menningar á sama

hátt og mannlegur
rithöfundur getur.

Hlutdrægni: AI getur
verið hlutdræg í
skrifum sínum. Þetta
er vegna þess að það
er þjálfað á
gagnapakka sem geta
innihaldið
hlutdrægni. Til
dæmis, ef gervigreind
er þjálfuð á

gagnasafni með texta sem er að mestu leyti skrifaður af körlum, gæti það verið líklegra til að búa til texta sem er hlutdrægur í garð karlmanna.

Kostnaður: AI-myndaður texti getur verið dýr í framleiðslu. Þetta er vegna þess að það krefst notkunar á öflugum tölvum og sérhæfðum hugbúnaði.

Á endanum er ákvörðunin um hvort eigi að biðja gervigreind að skrifa bók fyrir þig persónuleg ákvörðun eða ekki. Það eru

bæði kostir og gallar
sem þarf að huga að
og besti kosturinn
fyrir þig fer eftir
sérstökum þörfum
þínum og
markmiðum.

Hér eru nokkur atriði
til viðbótar sem þarf
að hafa í huga þegar
þú ákveður hvort þú
eigir að biðja

gervigreind að skrifa bók fyrir þig eða ekki:

Tegund bóka sem þú vilt skrifa: Sumar tegundir bóka henta betur gervigreindum texta en aðrar. Til dæmis gæti gervigreind-myndaður texti hentað vel fyrir fræðibækur eða bækur sem krefjast mikillar rannsóknar. Hins vegar gæti gervigreind-myndaður texti ekki hentað vel fyrir skáldskaparbækur eða bækur sem krefjast mikillar sköpunar.

Kostnaðarhámark þitt: AI-myndaður

texti getur verið dýr í framleiðslu. Ef þú ert með þröngt fjárhagsáætlun gætirðu viljað íhuga aðra valkosti, eins og að ráða mannlegan rithöfund eða gefa út bókina þína sjálf.

Persónulegar óskir þínar: Sumir kjósa mannlega snertingu

mannlegs
rithöfundar, á meðan
aðrir eru öruggari
með AI-myndaðan
texta. Á endanum er
ákvörðunin um hvort
eigi að biðja
gervigreind að skrifa
bók fyrir þig
persónuleg ákvörðun
eða ekki.

Hraði: gervigreind getur skrifað bók miklu hraðar en mannlegur rithöfundur. Þetta getur verið mikill kostur ef þú ert með stuttan frest eða ef þú þarft að framleiða mikið magn af efni.

Nákvæmni: gervigreind getur

verið mjög nákvæm í skrifum sínum. Þetta er vegna þess að það er þjálfað á stórum gagnasettum af texta og kóða, sem gerir því kleift að læra mynstur mannlegs tungumáls.

Frumleiki: gervigreind getur búið til frumlegt efni sem er ekki ritstýrt.

Þetta er vegna þess að það er ekki takmarkað af sömu þvingunum og mannlegir rithöfundar.

Sköpunargáfa: gervigreind getur verið skapandi í skrifum sínum. Þetta er vegna þess að það getur framkallað nýjar hugmyndir og hugtök sem mannlegir rithöfundar hafa kannski ekki hugleitt.

Ókostir:

Skortur á mannlegri snertingu: gervigreind-myndaður texti getur stundum vantað mannlega snertingu sem gerir skrif aðlaðandi og áhugaverð. Þetta er vegna þess að gervigreind er ekki fær um að skilja blæbrigði mannlegs tungumáls og menningar á sama hátt og mannlegur rithöfundur getur.

Hlutdrægni: AI getur verið hlutdræg í skrifum sínum. Þetta er vegna þess að það er þjálfað á gagnapakka sem geta innihaldið hlutdrægni. Til dæmis, ef gervigreind er þjálfuð á gagnasafni með texta sem er að mestu leyti skrifaður af körlum, gæti það verið líklegra til að búa til texta sem er hlutdrægur í garð karlmanna.

Kostnaður: AI-myndaður texti getur verið dýr í framleiðslu. Þetta er vegna þess að það krefst notkunar á öflugum tölvum og sérhæfðum hugbúnaði.

Á endanum er ákvörðunin um hvort eigi að biðja gervigreind að skrifa bók fyrir þig persónuleg ákvörðun eða ekki. Það eru bæði kostir og gallar sem þarf að huga að og besti kosturinn fyrir þig fer eftir sérstökum þörfum þínum og markmiðum.

Hér eru nokkur atriði til viðbótar sem þarf að hafa í huga þegar þú ákveður hvort þú eigir að biðja gervigreind að skrifa bók fyrir þig eða ekki:

Tegund bóka sem þú vilt skrifa: Sumar tegundir bóka henta betur gervigreindum texta en aðrar. Til dæmis gæti gervigreind-

myndaður texti
hentað vel fyrir
fræðibækur eða
bækur sem krefjast
mikillar rannsóknar.
Hins vegar gæti
gervigreind-
myndaður texti ekki
hentað vel fyrir
skáldskaparbækur
eða bækur sem

krefjast mikillar sköpunar.

Kostnaðarhámark þitt: AI-myndaður texti getur verið dýr í framleiðslu. Ef þú ert með þröngt fjárhagsáætlun gætirðu viljað íhuga aðra valkosti, eins og að ráða mannlegan rithöfund eða gefa út bókina þína sjálf.

Persónulegar óskir þínar: Sumir kjósa mannlega snertingu mannlegs rithöfundar, á meðan aðrir eru öruggari með AI-myndaðan texta. Á endanum er ákvörðunin um hvort eigi að biðja

gervigreind að skrifa
bók fyrir þig
persónuleg ákvörðun
eða ekki.

HVAÐ Á AÐ GERA EFTIR AÐ NOTA GERVIVIÐ?

Það eru mörg inntak sem höfundur getur komið með frá mannlegu sjónarhorni eftir að gervigreind hefur skrifað bók fyrir hann.

Hér eru nokkur atriði sem höfundur getur lagt fram:

Gefðu umsögn um innihaldið: Höfundur getur gefið álit á efni bókarinnar, þar á meðal söguþráðinn, persónurnar og samræðurnar.

Bættu við eigin innsýn: Höfundur getur bætt eigin innsýn og reynslu við bókina, sem getur hjálpað til við að gera hana aðlaðandi og tengdari fyrir lesendur.

Sérsníða bókina:
Höfundur getur
sérsniðið bókina með
því að bæta við eigin
rödd og sjónarhorni.
Þetta er hægt að gera
með því að bæta við
persónulegum
sögum, tilvísunum í
eigið líf eða með því
að skrifa í stíl sem er í
samræmi við eigin
ritstíl.

Breyta og endurskoða bókina: Höfundur getur breytt og endurskoðað bókina til að tryggja að hún sé vel skrifuð og villulaus.

Markaðssetja og kynna bókina: Höfundur getur markaðssett og kynnt bókina til að hjálpa henni að ná til breiðari markhóps.

Á heildina litið eru margar leiðir sem höfundur getur bætt eigin mannlegu snertingu við bók sem hefur verið skrifuð af gervigreind. Með því að veita endurgjöf, bæta við eigin innsýn, sérsníða bókina, breyta og endurskoða og markaðssetja og kynna bókina getur höfundur hjálpað til við að búa til bók sem er bæði grípandi og fræðandi.

Hér eru nokkur viðbótarráð fyrir höfunda sem vinna með gervigreind til að skrifa bók:

Vertu skýr með markmið þín og væntingar: Áður en þú byrjar að vinna með gervigreind er mikilvægt að hafa skýr markmið og væntingar til bókarinnar. Hvers konar bók viltu skrifa? Hver er markhópurinn þinn og markmið með bókinni? Þegar þú

veist hverju þú vilt ná
geturðu byrjað að
vinna með
gervigreind til að búa
til bók sem uppfyllir
þarfir þínar.

Vertu opinn fyrir endurgjöf: Gervigreind getur verið frábært tæki til að búa til hugmyndir og efni, en það er mikilvægt að vera opinn fyrir endurgjöf frá mannlegum rithöfundum. Mannlegir rithöfundar geta hjálpað til við að bera kennsl á svæði þar

sem gervigreind-
myndaður texti
þarfnast endurbóta,
og þeir geta einnig
hjálpað til við að gera
bókina meira
aðlaðandi og tengdari
fyrir lesendur.

Vertu þolinmóður: Að skrifa bók er langt og krefjandi ferli, jafnvel með hjálp gervigreindar. Það er mikilvægt að vera þolinmóður og gefa sér tíma til að vinna bókina. Með tíma og fyrirhöfn geturðu búið til bók sem er bæði grípandi og fræðandi.

NÁMSKEIÐ 3

BESTA LEIÐIN TIL AÐ SKRIFA BÓK?

Það er ekkert einhlítt svar við þessari spurningu, þar sem besta leiðin til að skrifa bók er mismunandi eftir einstökum ritunarferli og óskum höfundar. Hins vegar eru nokkur almenn ráð sem geta hjálpað höfundum að skrifa bók á áhrifaríkan hátt.

Hér eru nokkrar af bestu leiðunum til að skrifa bók:

Veldu efni sem þú hefur brennandi áhuga á. Það er mikil vinna að skrifa bók og því er mikilvægt að velja efni sem þú hefur brennandi áhuga á. Þetta mun gera ritferlið skemmtilegra og þú munt vera líklegri til að halda þig við það þar til yfir lýkur.

Gerðu rannsóknir þínar. Þegar þú hefur valið efni er mikilvægt að gera rannsóknir þínar. Þetta mun hjálpa þér að safna upplýsingum og hugmyndum fyrir bókina þína. Þú getur rannsakað með því að lesa bækur, greinar og vefsíður eða með því að taka viðtöl við

fólk sem hefur
þekkingu á efni þínu.

Útlistaðu bókina þína. Yfirlit getur hjálpað þér að skipuleggja hugsanir þínar og hugmyndir áður en þú byrjar að skrifa. Það getur líka hjálpað þér að halda þér á réttri braut þegar þú skrifar bókina þína. Það eru margar mismunandi leiðir til að útlista bók, svo finndu

aðferð sem hentar
þér.

Byrjaðu að skrifa!
Þegar þú hefur gert
rannsóknir þínar og
útlistað bókina þína
er kominn tími til að
byrja að skrifa. Besta
leiðin til að byrja er
að setjast niður og
byrja að skrifa.
**Hafðu engar
áhyggjur** af því að
gera það fullkomið í
fyrstu, færðu bara
hugsanir þínar niður

á blað. Þú getur alltaf farið til baka og breytt síðar.

Settu þér raunhæf
markmið. Það getur
verið erfitt verkefni
að skrifa bók og því er
mikilvægt að setja sér
raunhæf markmið .
Ekki reyna að skrifa
alla bókina þína í
einni lotu. Settu þér
frekar lítil markmið,
eins og að skrifa 500
orð á dag.

Taktu þér hlé. Það getur verið mikil vinna að skrifa og því mikilvægt að taka sér hlé. Stattu upp og hreyfðu þig eða notaðu nokkrar mínútur til að slaka á og hreinsa höfuðið. Þetta mun hjálpa þér að vera einbeittur og afkastamikill.

Fáðu endurgjöf.
Þegar þú hefur skrifað uppkast að bókinni þinni er gagnlegt að fá endurgjöf frá öðrum. Þetta getur hjálpað þér að finna hvaða svæði sem þarfnast úrbóta. Þú getur fengið viðbrögð frá vinum, fjölskyldu eða beta lesendum.

Breyta og endurskoða. Þegar þú hefur fengið endurgjöf um bókina þína er kominn tími til að breyta og endurskoða. Þetta er þar sem þú munt slípa skrif þín og ganga úr skugga um að bókin þín sé sú besta sem hún getur verið.

Gefðu út bókina þína.
Þegar þú ert ánægður
með bókina þína er
kominn tími til að
gefa hana út. Það eru
margar mismunandi
leiðir til að gefa út
bók, svo finndu
aðferð sem hentar
þér.

Að fylgja þessum ráðum getur hjálpað þér að skrifa bók sem er bæði fræðandi og skemmtilegt að lesa.

Hér eru nokkur viðbótarráð sem þér gæti fundist gagnleg:

Finndu rithöfundasamfélag. Það eru mörg ritsamfélög á netinu og utan nets sem geta veitt stuðning og hvatningu. Að taka þátt í rithöfundasamfélagi getur hjálpað þér að vera áhugasamur og læra af öðrum rithöfundum.

Ekki gefast upp. Það er mikil vinna að skrifa bók en það er líka mjög gefandi. Ekki gefast upp á draumnum þínum um að skrifa bók. Haltu bara áfram að skrifa og á endanum muntu ná markmiði þínu.

HVERNIG Á AÐ MEÐHALDA RITHAFARABLOKK UR?

Ritarablokk er algengt vandamál sem getur haft áhrif á alla sem skrifa. Það getur verið pirrandi og letjandi, en það eru leiðir til að forðast og meðhöndla það.

Hér eru nokkrar ábendingar um hvernig á að forðast rithöfundablokkun:

Taktu þér tíma til að skrifa reglulega. Jafnvel þótt þér finnist ekki gaman að skrifa, reyndu að taka frá tíma á hverjum degi til að skrifa. Þetta mun hjálpa þér að venja þig á að skrifa og gera það ólíklegra að þú verðir læst.

Frjáls skrif. Frjáls skrif er frábær leið til að koma hugsunum þínum á loft og forðast að festast í einni tiltekinni hugmynd. Byrjaðu einfaldlega að skrifa það sem þér dettur í hug, án þess að hafa áhyggjur af málfræði eða stafsetningu. Hugaflug. Hugarflug er önnur frábær leið til að fá skapandi safa þína til að flæða. Skrifaðu niður allar hugmyndir sem þér dettur í hug, sama hversu vitlausar þær virðast. Þú getur alltaf komið aftur og breytt þeim síðar. Lestu. Lestur getur hjálpað þér að fá innblástur og að læra nýja ritaðferð. Lestu bækur, greinar og bloggfærslur sem tengjast ritunarefninu þínu. Taktu þér hlé. Ef þú finnur fyrir þér að festast skaltu taka þér hlé frá skrifunum. Farðu í göngutúr, hlustaðu á tónlist eða gerðu eitthvað annað sem þér finnst gaman. Stundum er besta leiðin til að opna fyrir aðgang að einfaldlega taka skref til baka.

Hér eru nokkur ráð um hvernig eigi að meðhöndla rithöfundablokk:

Ekki hræðast. Rithöfundablokk er algengt vandamál og það þýðir ekki að þú sért slæmur rithöfundur. Slakaðu

bara á og andaðu
djúpt.
Breyttu umhverfi
þínu. Ef þér finnst þú
vera fastur skaltu
reyna að breyta
umhverfi þínu. Farðu
á annan stað til að
skrifa, eða reyndu að
skrifa á öðrum tíma
dags.
Skrifaðu um eitthvað
annað. Ef þú ert
virkilega fastur í einni

ákveðinni hugmynd, reyndu þá að skrifa um eitthvað annað. Stundum getur skrif um eitthvað annað hjálpað þér að fá skapandi safa þína til að flæða aftur. Talaðu við einhvern. Ef þú ert virkilega í erfiðleikum skaltu tala við einhvern um það. Vinur, fjölskyldumeðlimur

eða ritþjálfari getur
boðið stuðning og
ráðgjöf.

Mundu að
rithöfundablokkun er
tímabundin. Haltu
bara áfram að skrifa
og á endanum verður
þér opnað fyrir.

HVERNIG SKRIFA Á KVIKMYNDATEXTI?

Það eru mörg skref sem taka þátt í að skrifa kvikmyndahandrit, en hér eru nokkur grundvallarráð:

Byrjaðu á sterku hugtaki. Hver er grunnhugmyndin í myndinni þinni? Hver er sagan sem þú vilt segja? Þegar þú hefur sterka hugmynd geturðu byrjað að þróa persónurnar, söguþráðinn og umhverfið. Búðu til vel þróaðar persónur. Persónurnar þínar eru hjartað í myndinni þinni, svo það er mikilvægt að búa til persónur sem eru trúverðugar og tengjast. Gefðu þeim baksögur, hvata og persónuleika sem gera þá lifandi á síðunni.

Búðu til sannfærandi söguþráð. Söguþráðurinn er burðarás myndarinnar þinnar, svo það er mikilvægt að búa til söguþráð sem er spennandi og grípandi. Söguþráðurinn ætti

að hafa skýrt upphaf,
miðju og endi, og það
ætti að innihalda
átök, spennu og
upplausn.
Skrifaðu trúverðuga
samræðu.
Samræðurnar eru
einn mikilvægasti
þáttur hvers
kvikmyndahandrits,
svo það er mikilvægt
að skrifa samræður
sem eru eðlilegar og

trúverðugar. Samræðurnar ættu að hjálpa til við að koma söguþræðinum áfram og sýna hvata persónanna. Forsníða handritið þitt rétt. Það eru sérstakar sniðleiðbeiningar sem þú þarft að fylgja þegar þú skrifar kvikmyndahandrit. Þessar leiðbeiningar eru mismunandi eftir því sniði sem þú notar, en það er mikilvægt að fylgja þeim vandlega svo að handritið þitt sé auðvelt að lesa og skilja.

Fáðu viðbrögð frá öðrum. Þegar þú hefur fengið drög að handritinu þínu er mikilvægt að fá viðbrögð frá öðrum.

Þetta mun hjálpa þér að finna hvaða svæði sem þarfnast úrbóta. Endurskoðaðu og breyttu handritinu þínu. Þegar þú hefur fengið endurgjöf þarftu að endurskoða og breyta handritinu þínu. Þetta er mikilvægt skref, þar sem það mun hjálpa þér að bæta

heildargæði
handritsins þíns.

Hér eru nokkur
viðbótarráð til að
skrifa
kvikmyndahandrit:

Lestu önnur
kvikmyndahandrit.
Ein besta leiðin til að
læra að skrifa
kvikmyndahandrit er
að lesa önnur

kvikmyndahandrit. Þetta mun gefa þér góðan skilning á sniði og uppbyggingu kvikmyndahandrits. Horfa á kvikmyndir. Önnur frábær leið til að læra hvernig á að skrifa kvikmyndahandrit er að horfa á kvikmyndir. Gefðu gaum að því hvernig sagan er sögð, persónurnar þróaðar og samræðurnar eru skrifaðar.

Farðu á handritanámskeið. Ef þér er alvara með að skrifa kvikmyndahandrit gætirðu viljað fara á handritsnámskeið. Þetta gefur þér tækifæri til að læra af reyndum handritshöfundum og fá viðbrögð við verkum þínum.

Það getur verið mikil vinna að skrifa kvikmyndahandrit en það getur líka verið mjög skemmtilegt. Ef þú ert tilbúinn að leggja á þig geturðu búið til kvikmyndahandrit sem verður vel heppnað.

Námskeið 3:

NÁMSKEIÐ 4

HEIMSBYGGING

ATHUGIÐ
EFTIRFARANDI:

1. MARKHÓPUR
2. NICHE
3. TEGUND
4. LYKILORÐ
5. FLOKKAR
6. SETNING
7. PLOT

8.   UPPBYGGING

9.   KAFLI

10.   MÁLIÐ

11.   UMsagnir.

12.   MÁLFRÆÐAR
REGLUR

13.   EFNI
SETNINGAR.

14.   ETC.

NÁMSKEIÐ 5

SJÁLF KLIPTI

5.1. Breytingarforrit

Það eru mörg klippiforrit í boði, en hér eru nokkur af þeim vinsælustu og virtustu:

Adobe Premiere Pro: Þetta er myndbandsklippinga rforrit af fagmennsku sem er notað af mörgum kvikmyndaverum í Hollywood. Þetta er öflugt app sem býður upp á breitt úrval af eiginleikum, en það getur verið frekar flókið að læra.

Final Cut Pro X: Þetta er vinsælt myndbandsklippinga rforrit fyrir Mac notendur. Það er þekkt fyrir leiðandi viðmót og öfluga eiginleika.

DaVinci Resolve: Þetta er ókeypis og

opinn uppspretta myndbandsvinnslufo rrit sem er að verða sífellt vinsælli. Það býður upp á breitt úrval af eiginleikum og er stöðugt uppfært með nýjum eiginleikum.

Lightworks : Þetta er myndbandsklippinga

rforrit af fagmennsku sem er þekkt fyrir stöðugleika og auðvelda notkun. Það er góður kostur fyrir notendur sem eru að leita að öflugu forriti sem auðvelt er að læra.

HitFilm Express: Þetta er ókeypis myndbandsklippinga

rforrit sem býður upp á breitt úrval af eiginleikum. Það er góður kostur fyrir notendur sem eru að leita að öflugu forriti án hás verðmiða.

Þetta eru aðeins nokkrar af mörgum klippiforritum sem til eru. Besta appið fyrir þig fer eftir

sérstökum þörfum
þínum og óskum.

Ef þú ert byrjandi
mæli ég með að byrja
með einfaldara appi
eins og Lightworks
eða HitFilm Express.
Þegar þú hefur lært
grunnatriðin geturðu
farið yfir í flóknara
forrit eins og Adobe

Premiere Pro eða
Final Cut Pro X.

Hér eru nokkrir viðbótarþættir sem þarf að hafa í huga þegar þú velur klippiforrit:

Kostnaðarhámark þitt: Sum klippiforrit eru ókeypis en önnur geta verið frekar dýr.

Stýrikerfið þitt: Sum klippiforrit eru aðeins fáanleg fyrir Windows en önnur eru aðeins fáanleg fyrir Mac.

Reynslustig þitt: Ef þú ert byrjandi þarftu app sem er auðvelt að læra. Ef þú ert reyndari gætirðu viljað fá app með fleiri eiginleikum.

Tegund verkefna sem þú vilt vinna að: Sum klippiforrit henta betur fyrir ákveðnar tegundir verkefna en önnur. Til dæmis, ef þú vilt breyta myndskeiðum þarftu forrit sem er hannað fyrir myndvinnslu.

NÁMSKEIÐ 6

ÚTGÁFA
HEFÐBUNDIN ÚTGÁFA
INDIE ÚTGÁFA
ÚTGÁFA VÍÐA

PRENTA EFTIR
beiðni

LYKILORÐ OG
FLOKKAR Í
ÚTGÁFU

Leitarorð og flokkar
eru mikilvægir í
útgáfu vegna þess að
þeir hjálpa lesendum
að finna verkin þín.
Þegar einhver leitar
að leitarorði eða

flokki mun verkið þitt birtast í leitarniðurstöðum ef það hefur þessi leitarorð eða flokka. Þetta þýðir að þú ert líklegri til að finnast af mögulegum lesendum.

Hér eru nokkrar af mikilvægi leitarorða og flokka í útgáfu:

Hjálpaðu lesendum að finna verk þitt: Þegar einhver leitar að leitarorði eða flokki mun verk þitt birtast í leitarniðurstöðum ef það hefur þessi leitarorð eða flokka. Þetta þýðir að þú ert líklegri til að finnast af mögulegum lesendum.

Bættu uppgötvun þína: Leitarorð og flokkar geta hjálpað til við að bæta uppgötvun þína á leitarvélum og öðrum kerfum. Þetta þýðir að verk þín eru líklegri til að sjá fólk sem hefur áhuga á efni sem þú skrifar um.

Auktu lesendahópinn þinn: Með því að nota

rétt leitarorð og flokka geturðu aukið lesendahóp þinn og náð til breiðari markhóps. Þetta getur leitt til meiri sölu, niðurhals og annarra ávinninga. Hjálpaðu þér að miða á markhópinn þinn: Leitarorð og flokkar geta hjálpað þér að miða á markhópinn þinn. Þetta þýðir að þú getur einbeitt markaðsstarfi þínu að þeim sem eru líklegastir til að hafa áhuga á starfi þínu.

Hér eru nokkur ráð til að velja réttu leitarorð og flokka fyrir vinnu þína:

Hugsaðu um áhorfendur þína: Fyrir hvern ertu að

skrifa? Hver eru hagsmunir þeirra? Hvaða leitarorð er líklegt að þeir noti þegar þeir leita að upplýsingum? Gerðu rannsóknir þínar: Notaðu leitarorðarannsóknar tæki til að finna vinsælustu leitarorðin fyrir efnið þitt. Notaðu margvísleg leitarorð: Ekki nota

bara eitt eða tvö leitarorð. Notaðu margvísleg leitarorð til að auka líkurnar á að finnast.
Notaðu viðeigandi flokka: Veldu flokka sem eiga við efni þitt. Þetta mun hjálpa til við að bæta uppgötvun þína.
Uppfærðu leitarorð þín og flokka reglulega: Eftir því

sem vinnan þín þróast, ættu leitarorð þín og flokkar einnig að gera það. Gakktu úr skugga um að uppfæra þau reglulega til að halda vinnunni þinni uppfærðum.

Með því að fylgja þessum ráðum geturðu valið réttu leitarorð og flokka fyrir vinnu þína og aukið líkurnar á að hugsanlega lesendur finnist

HVERNIG Á AÐ AÐLAGA NÁMSKEIÐ EÐA BÓKA Í KVIKMYND

Að laga námskeið að leikriti eða kvikmynd getur verið frábær

leið til að virkja
nemendur og gera
efnið eftirminnilegra.
Hér eru nokkur ráð
um hvernig á að gera
það:

Byrjaðu á því að finna
helstu þemu og
hugtök námskeiðsins.
Hvað er það
mikilvægasta sem þú
vilt að nemendur
læri? Þegar þú hefur

fundið lykilþemu
geturðu byrjað að
hugsa um hvernig
eigi að gera þau í
dramatík.
Hugleiddu snið
leikritsins eða
kvikmyndarinnar.
Verður þetta
hefðbundið leikrit,
kvikmynd eða
eitthvað annað? Snið
mun hafa áhrif á
hvernig þú aðlagar

efnið. Til dæmis mun kvikmynd leyfa þér að sýna meiri hasar og sjónræn smáatriði en hefðbundið leikrit. Hugsaðu um persónurnar. Hverjar eru mikilvægustu persónurnar á námskeiðinu? Hvernig geturðu lífgað við þeim í leikritinu eða kvikmyndinni?

Persónurnar ættu að vera tengdar og aðlaðandi fyrir áhorfendur.
Þróaðu söguþráðinn. Hvernig ætlar þú að byggja upp leikritið eða myndina? Söguþráðurinn á að vera spennandi og grípandi en jafnframt trúr efninu úr námskeiðinu.

Skrifaðu samræðuna. Samræðurnar eru einn mikilvægasti þáttur hvers leiks eða kvikmyndar. Það ætti að vera eðlilegt og trúverðugt og það ætti að hjálpa til við að koma söguþræðinum áfram.

Leikstýrt verkinu eða kvikmyndinni. Þegar þú hefur skrifað

handritið þarftu að leikstýra verkinu eða kvikmyndinni. Þetta felur í sér að steypa leikara, loka á atriði og æfa leikritið eða myndina.

Það getur verið mikil vinna að aðlaga námskeið að leikriti eða kvikmynd en það getur líka verið mjög skemmtilegt. Ef þú

ert til í að leggja á þig
geturðu búið til leikrit
eða kvikmynd sem
vekur áhuga
nemenda og gerir
efnið eftirminnilegra.

Hér eru nokkur
viðbótarráð til að laga
námskeið að leikriti
eða kvikmynd:

Notaðu umgjörðina
til að skapa

andrúmsloft og
stemmningu.
Umgjörð leikrits eða
kvikmyndar getur
hjálpað til við að
skapa ákveðna
stemningu eða
stemningu. Til
dæmis, ef þú ert að
aðlaga námskeið um
hrylling, gætirðu sett
leikritið eða myndina
í dimmu og
hrollvekjandi húsi.

Notaðu leikmuni og búninga til að skapa sjónrænan áhuga. Leikmunir og búningar geta hjálpað til við að lífga upp á persónurnar og umhverfið. Til dæmis, ef þú ert að aðlaga námskeið um sögu, gætirðu notað tímabilsbúninga til að hjálpa áhorfendum að líða eins og þeir séu aftur í tímann. Notaðu tónlist og hljóðbrellur til að auka leiklistina. Tónlist og hljóðbrellur geta hjálpað til við að skapa spennu, spennu eða aðrar tilfinningar. Til dæmis, ef þú ert að aðlaga námskeið um aðgerðir, gætirðu notað hávær hljóðbrellur til að skapa tilfinningu fyrir spennu.

Ég vona að þessar ráðleggingar hjálpi þér að laga námskeiðið þitt að leikriti eða kvikmynd.

NÁMSKEIÐ 7

MARKAÐSSETNI NG OG KYNNING

Til hamingju með að klára bókina þína! Það getur verið erfitt verkefni að markaðssetja bókina þína, en það er mikilvægt að muna að þú ert ekki einn. Það eru mörg úrræði í boði til að hjálpa þér að kynna bókina þína og með smá skipulagningu og fyrirhöfn geturðu náð til markhóps þíns og selt bókina þína.

Hér eru nokkur af mínum bestu ráðum til nýs höfundar sem

vill markaðssetja
bókina sína:

Byrjaðu snemma.
Besti tíminn til að
byrja að markaðssetja
bókina þína er áður
en hún er jafnvel
gefin út. Þetta mun
gefa þér tíma til að
byggja upp spennu og
suð um bókina þína
og til að ná til
hugsanlegra lesenda.

Búðu til sterka markaðsáætlun. Markaðsáætlunin þín ætti að innihalda skýr skilaboð um bókina þína, markhóp og tímalínu fyrir kynningu. Þú ættir líka að finna bestu rásirnar til að ná til markhóps þíns. Kynntu bókina þína á netinu. Það eru margar leiðir til að kynna bókina þína á netinu, svo sem samfélagsmiðla , markaðssetningu í tölvupósti og gestablogg. Þú ættir líka að búa til vefsíðu fyrir bókina þína og ganga úr skugga um að hún sé fínstillt fyrir leitarvélar.

Hýsa viðburði. Að hýsa viðburði er frábær leið til að

tengjast mögulegum lesendum og byggja upp spennu fyrir bókina þína. Þú getur hýst undirskriftir, upplestur eða fyrirlestra.

Fáðu umfjöllun fjölmiðla. Að fá fjölmiðlaumfjöllun fyrir bókina þína getur hjálpað til við að ná til breiðari markhóps. Þú getur

haft samband við
blaðamenn og
bloggara til að athuga
hvort þeir hefðu
áhuga á að skrifa um
bókina þína.
Biddu um hjálp frá
netkerfinu þínu.
Láttu vini þína,
fjölskyldu og
samstarfsmenn vita
af bókinni þinni og
biddu þá um að
hjálpa þér að dreifa

orðinu. Þeir geta deilt bókinni þinni á samfélagsmiðlum, mælt með henni við vini sína og keypt eintök af bókinni fyrir sig.

Vertu þolinmóður. Að markaðssetja bókina þína tekur tíma og fyrirhöfn. Ekki búast við að sjá niðurstöður á einni nóttu. Haltu

bara áfram, og að
lokum muntu byrja
að sjá bókina þína ná
gripi.

Hér eru nokkur
viðbótarráð sem þér
gæti fundist gagnleg:
Það er ekkert einhlítt
svar við þessari
spurningu, þar sem
besta leiðin til að
setja bók á markað er
mismunandi eftir

bókinni sjálfri, markmiðum höfundar og markhópnum. Hins vegar eru nokkur almenn ráð sem geta hjálpað höfundum að koma bókum sínum af stað með góðum árangri.

BESTA LEIÐIN TIL AÐ SETJA BÓK?

Hér eru nokkrar af bestu leiðunum til að koma bók á markað:

Byrjaðu snemma. Besta leiðin til að hefja bók er að byrja snemma að skipuleggja. Þetta mun gefa þér tíma til að byggja upp spennu fyrir bókinni, ná til mögulegra lesenda og tryggja fjölmiðlaumfjöllun. Búðu til sterka markaðsáætlun. Markaðsáætlun þín ætti að innihalda skýr skilaboð um bókina, markhóp og tímalínu fyrir kynningu. Þú ættir líka að finna bestu rásirnar til að ná til markhóps þíns. Kynntu bókina þína á netinu. Það eru margar leiðir til að kynna bókina þína á netinu, svo sem samfélagsmiðla, markaðssetningu í tölvupósti og gestablogg. Þú ættir líka að búa til vefsíðu fyrir bókina þína og ganga úr skugga um að hún sé fínstillt fyrir leitarvélar.

Hýsa viðburði. Að hýsa viðburði er

frábær leið til að tengjast mögulegum lesendum og byggja upp spennu fyrir bókina þína. Þú getur hýst undirskriftir, upplestur eða fyrirlestra.
Fáðu umfjöllun fjölmiðla. Að fá fjölmiðlaumfjöllun fyrir bókina þína getur hjálpað til við að ná til breiðari

markhóps. Þú getur haft samband við blaðamenn og bloggara til að athuga hvort þeir hefðu áhuga á að skrifa um bókina þína. Biddu um hjálp frá netkerfinu þínu. Láttu vini þína, fjölskyldu og samstarfsmenn vita af bókinni þinni og biddu þá um að hjálpa þér að dreifa orðinu. Þeir geta deilt bókinni þinni á samfélagsmiðlum, mælt með henni við vini sína og keypt eintök af bókinni fyrir sig.

Með því að fylgja þessum ráðum geturðu aukið líkurnar á því að setja

bókina þína af stað
með góðum árangri.

Hér eru nokkur
viðbótarráð sem þér
gæti fundist gagnleg:

Búðu til suð. Byrjaðu
að vekja spennu fyrir
bókinni þinni áður en
hún kemur á markað.
Þú getur gert þetta
með því að deila
brotum úr bókinni,

skrifa bloggfærslur um hana eða veita viðtöl.

Sérsníddu kynningu þína. Sérsniðið markaðsstarfið að markhópnum þínum. Á hverju hafa þeir áhuga? Hver eru sársaukapunktar þeirra? Hvað mun fá þá til að vilja lesa bókina þína?

Vertu samkvæmur. Ekki bara kynna bókina þína einu sinni og gleyma henni svo. Haltu áfram skriðþunganum með því að deila uppfærslum á samfélagsmiðlum, skrifa bloggfærslur og gefa viðtöl.

Góða skemmtun! Það er mikil vinna að setja út bók en ætti

líka að vera ánægjulegt. Svo slakaðu á, njóttu ferlisins og fagnaðu velgengni bókarinnar þinnar.

Ég vona að þetta hjálpi!

HVAÐ ER ÞJÓÐBÓKAFERÐ?

Innlend bókaferð er röð viðburða þar sem

höfundur ferðast til mismunandi borga og bæja til að kynna bók sína. Þessir atburðir geta falið í sér undirskriftir bóka, upplestur, fyrirlestra og viðtöl. Markmiðið með innlendri bókaferð er að vekja athygli á bókinni og skapa sölu.

Sérsala er tegund
kynningar sem
venjulega er í boði hjá
bókabúðum eða
öðrum smásölum.
Þessar sölur geta
verið af mörgum
toga, svo sem afslætti,
afsláttarmiða eða
ókeypis gjafir.
Markmið sérsölu er
að laða að nýja
viðskiptavini og
hvetja núverandi

viðskiptavini til að kaupa fleiri bækur.

Helsti munurinn á innlendri bókaferð og sérsölu er sá að innlend bókaferð er persónulegri og gagnvirkari leið til að kynna bók. Þegar höfundur ferðast til borgar til að undirrita bók hefur hann tækifæri til að hitta og eiga samskipti við aðdáendur sína. Þetta getur hjálpað til við að byggja upp tengsl við lesendur og skapa tilfinningu fyrir spennu fyrir bókinni.

Sérsala er aftur á móti ópersónulegri leið til að kynna bók. Þau bjóða ekki upp á sama tækifæri fyrir höfunda til að

tengjast lesendum.
Hins vegar getur
sérsala verið mjög
áhrifarík leið til að
skapa sölu,
sérstaklega ef þau eru
vel kynnt.

Hér er tafla sem
dregur saman
lykilmuninn á
innlendum
bókaferðum og
sérsölu:

Lögun   National
Book Tour Special
Sales
Tilgangur   Stuðla að
bók Búðu til sölu
Snið   Röð viðburða í
mismunandi borgum
Afslættir,
afsláttarmiðar,
ókeypis gjafir
Sérsnið   Persónuleg
og gagnvirk
Ópersónuleg

Árangur fer eftir
vinsældum höfundar
og gæðum
bókarinnar Getur
verið mjög áhrifaríkt
ef hún er vel kynnt

Ég vona að þetta
hjálpi!

HVERNIG Á AÐ SKIPLA BÓKAUNDIRRITNINGARVIÐBÚÐ OG HVERNIG ER ÞAÐ ANNAÐUR VIÐ BÓKAKÖFNU

Hér eru nokkrar ábendingar um hvernig á að skipuleggja bókaundirritunarviðburð:

Veldu vettvang. Þú getur haldið bókinni þinni í bókabúð, bókasafni, kaffihúsi eða öðru opinberu rými. Ef þú heldur viðburðinn þinn í bókabúð þarftu að vinna með versluninni til að fá leyfi og tryggja pláss. Kynna viðburðinn. Láttu fólk vita um

undirritunarviðburði
nn þinn í gegnum
vefsíðuna þína,
samfélagsmiðla og
tölvupóstlista. Þú
getur líka leitað til
staðbundinna
fjölmiðla til að sjá
hvort þeir hefðu
áhuga á að fjalla um
viðburðinn.
Hafa nóg af bókum
við höndina. Gakktu
úr skugga um að þú

eigir nóg af bókum
fyrir alla sem vilja fá
bókina sína áritaða.
Þú getur líka selt
bækur á
viðburðinum, svo
vertu viss um að hafa
sjóðsvél eða
kreditkortavél við
höndina.
Láttu setja upp borð
og stóla fyrir
höfundinn til að árita
bækur. Þú gætir líka

viljað hafa borð fyrir fólk til að skilja eftir bækur sínar til að vera áritaðar fyrir eða eftir viðburðinn. Hafið kynningarefni við höndina. Þetta gæti falið í sér bókamerki, flugmiða eða veggspjöld um bókina þína. Þú getur líka gefið þátttakendum ókeypis eintök af bókinni þinni. Hafa áætlun um mannfjöldastjórnun. Ef þú átt von á miklum mannfjölda þarftu að hafa áætlun um að halda fólki í röð og reglu. Þetta gæti falið í sér að hafa einhvern við dyrnar til að athuga miða eða hafa línukerfi á sínum stað.

Vertu tilbúinn að svara spurningum um bókina þína. Fólk mun líklega hafa spurningar um bókina þína, svo vertu reiðubúinn að svara þeim. Þú getur líka haft spurninga og svör í lok viðburðarins.
Góða skemmtun! Undirritunarviðburðir ættu að vera

skemmtilegir fyrir bæði höfundinn og fundarmenn. Svo slakaðu á, njóttu þín og hittu nýtt fólk.

Hér eru nokkrir lykilmunirnir á bókaundirritunarviðburði og bókakynningu:

Áhorfendur: Bókaundirritunarviðb

urður er venjulega
ætlaður aðdáendum
höfundar eða
bókarinnar, á meðan
bókakynning er
venjulega miðuð að
breiðari markhópi,
svo sem fjölmiðlum,
fagfólki í iðnaði og
hugsanlegum
lesendum.
Innihald:
Bókaundirritunarviðb
urður beinist

venjulega að því að höfundur áritar bækur fyrir aðdáendur, en kynning á bók getur falið í sér ræðu höfundar, spurninga- og svörunarlotu eða aðrar athafnir. Kynning: Bókaundirritunarviðburður er venjulega kynntur fyrir aðdáendum og

fylgjendum
höfundarins, en
bókakynning er
venjulega kynnt fyrir
breiðari markhópi.

Ég vona að þetta
hjálpi!

HVAÐ ER SJÁLFSTÆÐI BÓKAR?

Eiginhandaráritun
bókar er undirskrift

höfundar á bók.
Henni fylgja oft
persónuleg skilaboð
eða vígsla.
Bókaáritanir eru oft
eftirsóttar af safnara,
þar sem þær geta
verið dýrmæt
minning um
uppáhaldsbók eða
höfund.

Það eru nokkrar
mismunandi leiðir til

að fá bók undirritaða. Ein leiðin er að mæta á bókaundirritunarviðburð þar sem höfundurinn mun árita bækur fyrir aðdáendur. Önnur leið er að hafa beint samband við höfundinn og biðja hann um að árita bók fyrir þig. Þú getur líka stundum fundið áritaðar bækur í bókabúðum eða á netinu.

Þegar bók er árituð eru nokkur atriði sem þarf að hafa í huga. Fyrst skaltu ganga úr skugga um að þú hafir bók sem höfundurinn hefur skrifað. Í öðru lagi skaltu velja auða síðu í bókinni til að hafa

undirritað. Í þriðja
lagi berðu virðingu
fyrir tíma og rúmi
höfundar. Að lokum,
vertu viss um að
þakka höfundi fyrir
tíma hans og
eiginhandaráritun.

Hér eru nokkur ráð
til að fá
eiginhandaráritaða
bók:

Komdu með bókina snemma á viðburðinn, svo þú þurfir ekki að bíða í röð.
Sýndu höfundinum kurteisi og virðingu. Biðjið um persónuleg skilaboð eða vígslu. Þakka höfundi fyrir tíma sinn.

Hér eru nokkur atriði
sem þarf að forðast
þegar bók er árituð:

Ekki koma með
skemmda eða
óhreina bók.
Ekki biðja höfundinn
um að árita bók sem
hann hefur ekki
skrifað.
Ekki biðja höfundinn
að árita bók sem
þegar er árituð.

Ekki vera ýtinn eða
krefjandi.

HVERNIG GET ÉG AUGLÝST Á Á AMAZON.COM?

Það eru margar leiðir
til að auglýsa á
áhrifaríkan hátt á
Amazon.com. Hér
eru nokkrar af

áhrifaríkustu
aðferðunum:

Amazon styrktar
vörur: Þetta er
borgað fyrir hvern
smell (PPC)
auglýsingaforrit sem
gerir þér kleift að
birta vörur þínar á
leitarniðurstöðusíðu
m Amazon. Þegar
kaupandi leitar að
vöru sem er svipuð

þinni getur
auglýsingin þín birst
efst á
leitarniðurstöðusíðun
ni.
Amazon
vöruskjáauglýsingar:
Þetta eru
myndaauglýsingar
sem birtast á
vöruupplýsingasíðum
og í
leitarniðurstöðum
vöru. Þau eru góð leið

til að kynna vörurnar þínar fyrir kaupendum sem hafa þegar áhuga á því sem þú hefur upp á að bjóða.

Amazon fyrirsagnaauglýsingar: Þetta eru textaauglýsingar sem birtast efst á leitarniðurstöðusíðum Amazon. Þau eru góð leið til að kynna

vörur þínar fyrir
kaupendum sem eru
að leita að sérstökum
leitarorðum.
Amazon
myndbandsauglýsing
ar: Þetta eru
myndbandsauglýsing
ar sem birtast á
vefsíðu Amazon og
farsímaforritinu. Þau
eru góð leið til að
kynna vörur þínar
fyrir kaupendum sem

eru að leita að grípandi og upplýsandi efni. Amazon Display & Video Creative Studio: Þetta er sjálfsafgreiðslutæki sem gerir þér kleift að búa til og stjórna þínum eigin Amazon auglýsingum. Það er góður kostur fyrir fyrirtæki sem vilja hafa meiri stjórn á auglýsingaherferðum sínum.

Þegar þú býrð til Amazon auglýsingar þínar er mikilvægt að hafa eftirfarandi í huga:

Miðaðu auglýsingarnar þínar á réttan markhóp: Gakktu úr skugga um að auglýsingarnar þínar séu sýndar fólki sem er líklegt til að hafa áhuga á vörum þínum. Þú getur gert þetta með því að miða auglýsingarnar þínar út frá leitarorðum, lýðfræði og áhugamálum. Notaðu skýrt og hnitmiðað auglýsingaeintak: Auglýsingaafritið þitt ætti að vera skýrt og

hnitmiðað og það ætti
að varpa ljósi á kosti
vöru þinna.
Notaðu hágæða
myndir og
myndbönd:
Myndirnar þínar og
myndbönd ættu að
vera hágæða og eiga
við vörurnar þínar.
Fylgstu með árangri
þínum: Það er
mikilvægt að fylgjast
með niðurstöðum

Amazon auglýsinganna þinna svo þú getir séð hvað virkar og hvað ekki. Þetta mun hjálpa þér að fínstilla herferðir þínar og fá sem mest út úr auglýsingakostnaði þínu.

Með því að fylgja þessum ráðum geturðu í raun auglýst

á Amazon.com og náð til markhóps þíns.

AÐ NOTA ÞÝÐINGAR SEM markaðsverkfæri

Það eru margir kostir við að þýða bækurnar þínar á önnur tungumál. Hér eru nokkrar þeirra:

Náðu til breiðari markhóps: Að þýða bækurnar þínar á önnur tungumál gerir þér kleift að ná til breiðari markhóps hugsanlegra lesenda. Þetta getur leitt til aukinnar sölu og þóknana.
Auktu sýnileika þinn: Þegar bækurnar þínar eru þýddar á önnur tungumál verða þær

sýnilegri lesendum um allan heim. Þetta getur hjálpað þér að byggja upp vörumerki höfundar og laða að nýja lesendur. Stækkaðu markaðinn þinn: Að þýða bækurnar þínar á önnur tungumál getur hjálpað þér að stækka markaðinn þinn og ná til nýrra sölurása. Til dæmis gætirðu selt þýddu bækurnar þínar í gegnum alþjóðlega smásöluaðila eða í gegnum erlenda bókaklúbba.

Fáðu útsetningu fyrir nýrri menningu: Að þýða bækurnar þínar á önnur tungumál getur hjálpað þér að fá útsetningu fyrir nýjum menningarheimum.

Þetta getur verið dýrmæt reynsla fyrir þig sem höfund og það getur líka hjálpað þér að tengjast lesendum frá öðrum menningarheimum. Kynntu þér bækurnar þínar: Að þýða bækurnar þínar á önnur tungumál getur hjálpað þér að kynna bækur þínar á nýjum mörkuðum.

Þú getur gert það
með því að sækja
bókamessur og
hátíðir, veita viðtöl
við erlenda fjölmiðla
og kynna bækur þínar
í gegnum
samfélagsmiðla og
aðrar netrásir.

Ef þú ert að íhuga að
þýða bækurnar þínar
á önnur tungumál eru
nokkur atriði sem þú

ættir að hafa í huga. Fyrst þarftu að ganga úr skugga um að bækurnar þínar séu vel skrifaðar og að þær séu í háum gæðaflokki. Þú þarft líka að ganga úr skugga um að þú finnir virta þýðingastofu sem getur þýtt bækurnar þínar á nákvæman og faglegan hátt.

Að þýða bækurnar þínar á önnur tungumál getur verið frábær leið til að ná til breiðari markhóps, auka sýnileika þinn og stækka markaðinn þinn. Ef þér er alvara með ritstörf þín, þá er það eitthvað sem þarf að íhuga.

AMAZON KEPPENDUR/FRÆÐILEGUR

Hér eru 10 óháðir útgefendur sem eru óháðir Amazon:

Barnes & Noble Press: Það er hefðbundinn útgefandi sem býður upp á breitt úrval af þjónustu, þar á meðal klippingu, markaðssetningu og dreifingu.

CreateSpace : Það er sjálfútgáfuvettvangur sem gerir höfundum kleift að gefa út og selja bækur sínar í gegnum Amazon.

IngramSpark : Það er útgefandi prentunar á eftirspurn (POD) sem

gerir höfundum kleift að gefa út og selja bækur sínar í gegnum ýmsa smásala, þar á meðal Amazon.
Lulu: Það er POD útgefandi sem gerir höfundum kleift að gefa út og selja bækur sínar á ýmsum sniðum, þar á meðal prentuðu, rafbækur og hljóðbækur.

Perupressa: Það er
hefðbundið forlag
sem leggur áherslu á
að gefa út bækur fyrir
börn og ungt fólk.
Prometheus Books:
Það er útgefandi sem
ekki er rekið í
hagnaðarskyni sem
gefur út bækur um
margvísleg efni, þar á
meðal vísindi,
heimspeki og
stjórnmál.

Smápressudreifing:
Það er dreifingaraðili
sem vinnur með
óháðum útgefendum
að því að fá bækur
sínar í bókabúðir og
bókasöfn.

Smashwords : Það
er POD útgefandi
sem gerir höfundum
kleift að gefa út og
selja rafbækur sínar í
gegnum ýmsa

smásala, þar á meðal
Amazon.

Óbundnar bækur:

Það er
hópfjármögnuð
útgefandi sem gerir
höfundum kleift að
safna peningum til að
gefa út bækur sínar.

WordPress : Það er
vefumsjónarkerfi sem
gerir höfundum kleift
að búa til og birta
sínar eigin vefsíður.

Þetta eru aðeins örfáir af mörgum óháðum útgefendum sem til eru. Þegar þú velur útgefanda er mikilvægt að huga að þörfum þínum og markmiðum. Viltu vinna með hefðbundnu útgefanda sem býður upp á meiri þjónustu, eða vilt þú gefa út sjálft og hafa meiri stjórn á ferlinu? Viltu gefa út á prenti eða rafbókum? Þegar þú hefur íhugað þarfir þínar geturðu byrjað að rannsaka útgefendur til að finna það sem hentar þér best.

HVERNIG GET ÉG AUGLÝST Á Á AMAZON.COM?

Það eru margar leiðir til að auglýsa á áhrifaríkan hátt á Amazon.com. Hér eru nokkrar af áhrifaríkustu aðferðunum:

Amazon styrktar vörur: Þetta er

borgað fyrir hvern smell (PPC) auglýsingaforrit sem gerir þér kleift að birta vörur þínar á leitarniðurstöðusíðu m Amazon. Þegar kaupandi leitar að vöru sem er svipuð þinni getur auglýsingin þín birst efst á leitarniðurstöðusíðun ni.

Amazon
vöruskjáauglýsingar:
Þetta eru
myndaauglýsingar
sem birtast á
vöruupplýsingasíðum
og í
leitarniðurstöðum
vöru. Þau eru góð leið
til að kynna vörurnar
þínar fyrir
kaupendum sem hafa
þegar áhuga á því

sem þú hefur upp á
að bjóða.
Amazon
fyrirsagnaauglýsingar
: Þetta eru
textaauglýsingar sem
birtast efst á
leitarniðurstöðusíðu
m Amazon. Þau eru
góð leið til að kynna
vörur þínar fyrir
kaupendum sem eru
að leita að sérstökum
leitarorðum.

Amazon myndbandsauglýsingar: Þetta eru myndbandsauglýsingar sem birtast á vefsíðu Amazon og farsímaforritinu. Þau eru góð leið til að kynna vörur þínar fyrir kaupendum sem eru að leita að grípandi og upplýsandi efni.

Amazon Display & Video Creative Studio: Þetta er sjálfsafgreiðsluverkfæri sem gerir þér kleift að búa til og stjórna þínum eigin Amazon auglýsingum. Það er góður kostur fyrir fyrirtæki sem vilja hafa meiri stjórn á auglýsingaherferðum sínum.

Þegar þú býrð til
Amazon auglýsingar
þínar er mikilvægt að
hafa eftirfarandi í
huga:

Miðaðu
auglýsingarnar þínar
á réttan markhóp:
Gakktu úr skugga um
að auglýsingarnar
þínar séu sýndar fólki
sem er líklegt til að
hafa áhuga á vörum

þínum. Þú getur gert þetta með því að miða auglýsingarnar þínar út frá leitarorðum, lýðfræði og áhugamálum. Notaðu skýrt og hnitmiðað auglýsingaeintak: Auglýsingaafritið þitt ætti að vera skýrt og hnitmiðað og það ætti að varpa ljósi á kosti vöru þinna.

Notaðu hágæða myndir og myndbönd: Myndirnar þínar og myndbönd ættu að vera hágæða og eiga við vörurnar þínar. Fylgstu með árangri þínum: Það er mikilvægt að fylgjast með niðurstöðum Amazon auglýsinganna þinna svo þú getir séð hvað

virkar og hvað ekki.
Þetta mun hjálpa þér
að fínstilla herferðir
þínar og fá sem mest
út úr
auglýsingakostnaði
þínu.

Með því að fylgja
þessum ráðum
geturðu í raun auglýst
á Amazon.com og náð
til markhóps þíns.

HVAÐIR ERU KOSTIR OG GALLAR VIÐ SETJA BÓK?

Það eru bæði kostir og gallar við að raðgreina bók.

Kostir:

Byggir upp eftirvæntingu: Að setja bók í röð getur hjálpað til við að byggja upp eftirvæntingu fyrir lokaafurðinni. Þetta er vegna þess að lesendur munu bíða spenntir eftir næsta þætti, sem getur hjálpað til við að skapa tilfinningu fyrir spennu og spennu.

Eykur þátttöku: Að setja bók í röð getur einnig hjálpað til við að auka þátttöku við lesendur. Þetta er vegna þess að lesendur munu vera líklegri til að snúa aftur til bókarinnar ef þeir vita að það er meira efni í vændum.

Leyfir endurgjöf: Að setja bók í röð getur einnig gert ráð fyrir endurgjöf frá lesendum. Þetta er vegna þess að lesendur geta deilt hugsunum sínum og skoðunum á bókinni þegar hún er að koma út, sem getur hjálpað höfundinum að bæta bókina.

Ókostir:

Að skrifa seríu getur verið erfitt að halda í við. Það getur verið erfitt að raða bók í röð, sérstaklega ef bókin er löng eða flókin. Þetta er vegna þess að lesendur munu búast við nýju efni með reglulegu millibili og höfundur þarf að geta staðið við þær væntingar.

Getur verið erfitt að markaðssetja: Það getur verið erfitt að markaðssetja bók í röð, sérstaklega ef bókin er ekki vel þekkt. Þetta er vegna þess að lesendur eru kannski ekki meðvitaðir um að verið sé að raðgreina bókina og þeir hafa kannski ekki áhuga á að byrja á bók sem þeir vita að þeir munu ekki geta klárað strax.

Getur verið erfitt að klára: Það getur verið erfitt að klára bók í röð, sérstaklega ef höfundur missir áhuga á verkefninu eða ef hann lendir í skapandi hindrunum. Þetta er vegna þess að höfundur þarf að geta haldið sig við verkefnið þar til því er lokið, jafnvel þótt það taki langan tíma.

Þegar öllu er á botninn hvolft er

ákvörðunin um hvort setja eigi bók í röð eða ekki persónuleg ákvörðun. Það eru bæði kostir og gallar sem þarf að huga að og besti kosturinn fyrir þig fer eftir sérstökum þörfum þínum og markmiðum.

Hér eru nokkur atriði til viðbótar sem þarf

að hafa í huga þegar tekin er ákvörðun um hvort setja eigi bók í röð eða ekki:

Tegund bókarinnar: Sumar tegundir henta betur til serialization en aðrar. Til dæmis getur raðmyndabók verið frábær leið til að byggja upp eftirvæntingu og spennu, en raðgreinar fræðirit geta verið frábær leið til að veita lesendum reglulega uppfærslur um tiltekið efni. Markhópur þinn: Markhópurinn þinn mun einnig gegna hlutverki í ákvörðuninni um hvort þú eigir að raðgreina bókina þína eða ekki. Ef markhópurinn þinn samanstendur af fólki sem er vant að neyta efnis á raðsettu sniði, þá gæti raðnúmer bókarinnar verið góður kostur. Hins vegar, ef markhópurinn þinn er ekki vanur að neyta efnis á raðmyndaformi, þá er raðnúmer bókarinnar ekki besti kosturinn.

Þínar eigin óskir:
Þegar öllu er á botninn hvolft er ákvörðunin um hvort setja eigi bók í röð eða ekki persónuleg ákvörðun. Ef þú ert sátt við hugmyndina um að setja bókina þína í röð og þú heldur að það sé besta leiðin til að ná til markhóps þíns, og farðu síðan að því.

Hins vegar, ef þú ert ekki sátt við hugmyndina um að setja bókina þína í röð eða þú heldur að það sé ekki besta leiðin til að ná til markhóps þíns, þá skaltu ekki gera það.

AÐRAR BÆKUR EFTIR SAMA HÖFUND

1. TÍU TILfelli þegar maður má ekki hlýða konu sinni.
2. HVERNIG Á AÐ TAKA MYNDARLEGA VIÐ BÆÐJAANDA.

3.   Fljótlegasta leiðin til að gera fólk að lærisveinum.

4.   HVERNIG Á AÐ TAKA MYNDARLEGA VIÐ ANDA RÍSINGAR OG FALLS

5.   HVAÐA GUÐ MUN

SPURJA presta
á dómsdegi?

6. STÆRTU
MISTÖK
UNGLINGAR Í
dag gera

7. STÆRTU
VÖPNIN sem
JESÚS GAF
OKKUR

8.   HVERNIG Á
AÐ GERÐA
BÖRN ÞÍN.

9.   HVERNIG Á
AÐ BLIÐA
MYNDARLEGA
VIÐ SKYNDIÐ
HEIM Í KONU
ÞÍNAR.

10.   AF HVERJU
ÉG EYÐI
CHATGPT ÚR
SÍMANN MÍN.

11.   HVERNIG Á AÐ BLIÐA MYNDARLEGA VIÐ INLSKAR SEM SLÁA AÐ NÆTTU

12.   HVERNIG Á AÐ TAKA MYNDARLEGA VIÐ Óvini.

13.   TÍU Hlutir sem gera þig

sannarlega að kristnum.

14. HVERNIG GUÐ undirbýr fólk fyrir hagnýtingu.

15. HVERNIG Á AÐ VETA HVOR STÚLKA ER HÚSMÓÐUREFNI

UM HÖFUNDINN

Í gegnum árin hafa New Dimensions Ministries verið að kenna nemendum sínum fjármálagreind. Ástæðan er sú að ráðuneytið hefur aðeins 3 fætur, þ.e. Heiðarleiki, smurning og trúboð.

www.ingramcontent.com/pod-product-compliance
Lightning Source LLC
Chambersburg PA
CBHW070922260726
48661CB00003B/793